EASY
VIETNAMESE

EASY
VIETNAMESE

Nguyen-Dinh-Hoa, Center for Vietnamese Studies
and Programs, Southern Illinois University

CHARLES E. TUTTLE CO.: PUBLISHERS
Rutland, Vermont & Tokyo, Japan

Representatives
Continental Europe: BOXERBOOKS, INC., *Zurich*
British Isles: PRENTICE-HALL INTERNATIONAL, INC., *London*
Australasia: PAUL FLESCH & CO., PTY. LTD., *Melbourne*
Canada: HURTIG PUBLISHERS, *Edmonton*

Published by the Charles E. Tuttle Company, Inc.
of Rutland, Vermont & Tokyo, Japan
with editorial offices at
Suido 1-chome, 2-6, Bunkyo-ku, Tokyo

Copyright in Japan, 1966 by Charles E. Tuttle Company, Inc.

All rights reserved

Library of Congress Catalog Card No. 66-17558

International Standard Book No. 0-8048-0160-6

First printing, 1966
Twenty-third printing, 1975

PREFACE

This guide to spoken Vietnamese is an expanded and revised edition of the Vietnamese Phrase Book which has gone through two printings, in 1959 and 1961 respectively.

Since Vietnamese spelling is fairly consistent, it has been thought more practical to provide a key to pronunciation at the beginning of the book and delete the phonemic transcription which appeared in the earlier edition.

Some emergency expressions have been added in front. Several headings and subheadings have also been rearranged while additional phrases and sentences now appear here and there in the text.

The strengthened original corpus is now followed by an alphabetical word list — the most sorely and frequently needed feature in pocket guides of this kind.

The Table of Contents lists the situations covered by the words and expressions which you are most likely to need in your daily contacts with Vietnamese. You shoud try to become familiar with the contents so that you will know where to find a given section when you need it. In each section you will find a number of questions, each one so phrased that the Vietnamese speaker can give you a simple answer, point out the direction, give you a number, and so on. Many of the expressions are given in the form of fill-in sentences, each containing a blank which you fill in with any of the words in the list that follows.

Nguyen-Dinh-Hoa, Ph. D.

TABLE OF CONTENTS

CONTENTS

CONTENTS

KEY TO PRONUNCIATION
I. VOWEL SYMBOLS
A. *Medial Position*

LETTER (S)	EXAMPLES	ENGLISH KEY WORDS
a	*áo* coat, dress *an* quiet, peaceful *hát* to sing	as in *car, ah, aw ! ouch*
	ách yoke	as in *dike*
	anh elder brother	as in *sign*
	mau fast	as in *haymow*
	may lucky	as in *Mike*
ă	*ăn* to eat *hăt* to throw out	as in British *hut*
â	*hâm* to heat *sâm* ginseng *lâm* forest *bấc* wick	as in *hum, sum,* *buck, but*

LETTER(S)	EXAMPLES	ENGLISH KEY WORDS
e	*em* younger brother or sister *hét* to shout *me* tamarind *hè* summer	between the wowel of *met* and *mat* (or '*m*' and *am*)
ê	*mê* fascinated *lê* pear *hề* clown	as in *may, lay, hay, say* (but with tongue rather high and retracted, and without the *y*-like sound at the end)
	ếch frog *bênh* to side with	as in some British pronunciation of *bake*
i	*mì* noodles *đi* to go *xin* to ask	as in *me, he, seen* (but with tongue slightly retracted)
ia *iê-*	*mía* sugar cane *miếng* piece, bite	as in *mere*

KEY TO PRONUNCIATION

LETTER (S)	EXAMPLES	ENGLISH KEY WORDS
o	*lo* to worry *no* full (of eating) *nó* he, she, it	as in *law, saw, gnaw*
	óc brain *ong* bee	as in *ouch!* (but short, and with the lips closed)
oa	*hoa* flower	as in *war*
oă-	*hoăc* either, or	
oe	*chóe* dazzling	as in *where*
oo- (rare)	*boong* ship deck	as in *long*
ô	*số* number *nô* slave *bốn* four	as in *no, so,* (but without the *w*-like sound at the end)
	ốc snail *ông* grandfather	as in some British pronunciation of *oak* (but short and with the lips closed)

LETTER (S)	EXAMPLES	ENGLISH KEY WORDS
ôô- (rare)	côông-kềnh to carry (someone) on one's shoulders	as in some pronunciation of *long*
ơ	phở noodles bơ butter cơm cooked rice	as in *fur, pur* (but without the -*r*)
u	tù jail đu đủ papaya hút to smoke	as in *put*
ua	múa to dance muốn to desire	as in *moor*
uô-		
uâ-	tuần week	as in *at once*
uê-	thuê to hire, rent	as in *twayblades*
uy	thủy aqua	as in *tweezers*
uya	khuya to be late at night	as in *queer*
uyê-	khuyên to advise	

KEY TO PRONUNCIATION

LETTER (S)	EXAMPLES	ENGLISH KEY WORDS
ư	*ừ* yes, o.k. ! *từ-từ* easy, slowly *tự-tử* to kill oneself	as in *uh-uh* (the lips are relaxed and unrounded)
ưa *ươ-*	*thưa* to report *thương* to feel sorry for	as in *tour* (but with the lips spread)
y	*lý* reason *Mỹ* America *hy-vọng* hope *quý* precious	as in *Lee, me, he* (but with tongue slightly retracted)
yê-	*yên* peaceful *quyền* power	as in *yen*

B. Final Position

LETTER (S)	EXAMPLES	ENGLISH KEY WORDS
i	*hai* two	as in *hi !*
o	*dao* knife	as in *doubt*
u	*đau* to have pains	as in *doubt* (but short)
y	*hay* interesting	as in *hi !* (but short)

LETTER (S)	EXAMPLES	ENGLISH KEY WORDS
b-	*bài* lesson *bao* how much *bí* pumpkin *ba bốn bài* three or four lessons	as in *buy, bough, bee*
c-	*cai* foreman *con* child *cơm* cooked rice *cãi-cọ* to quarrel	as in *sky, scum, skim* (i.e., with no aspiration at all)
ch-	*cha* father *chợ* market *chú* uncle *chăm-chỉ* hard-working	as in *church*

LETTER (S)	EXAMPLES	ENGLISH KEY WORDS
d-	*da* skin *du* to travel *dê* goat *danh-dự* honor	(N) as in *zoo, zero, zest* (S) as in *you, yah, yes*
đ-	*đê* to put *đu* to swing *đi* to go *đu-đủ* papaya	as in *day, do, Dee*
g(h)-	*ghê* horrible *gà* chicken *gạo* raw rice *gồ-ghề* bumpy	as in Spanish *lago* (that is, as in *go*, but with much friction)
gi-	*gì* what *giết* to kill *gia-đình* family *giờ* hour *giấy* paper	(N) as in *zoo, zero, zest* (S) as in *you, yah, yes*

XVIII

LETTER (S)	EXAMPLES	ENGLISH KEY WORDS
h-	*hai* two *hào* dime *hỏi* to ask	as in *hi !*, *how*
k-	*kim* needle *kể* to relate *kéo* to pull	as in *sky*, *skim* (i.e., with no aspiration at all)
kh-	*khi* when *không* not *khúc-khích* to giggle	as in German *loch*, *buch* (thas is, as in *key*, but with much friction)
l-	*lý* reason *lo* to worry *lúc* moment *là lạ* rather strange	as in *lea*, *law*, *lame*
m-	*mai* tomorrow *mi* eyelid *mờ-mờ* dim, vague	as in *my*, *me*, *make*

LETTER(S)	EXAMPLES	ENGLISH KEY WORDS
n-	*nô* slave *nào* which *na-ná* analogous	as in *no, now*
ng(h) -	*ngà* ivory *ngờ* to suspect *nghỉ* to rest	as in *long ago, singer* or *sing « ah »*
nh-	*nhỉ* I wonder *nhà* house *nhẹ* light	as *in canyon, onion* (or Spanish *mañana*)
ph-	*phí* to waste *phải* correct *Pháp* France	as in *fee, five, phone* (though a little stronger)
qu-	*qua* to cross *quên* to forget *quốc* country	as in *quiet, quite, choir*

KEY TO PRONUNCIATION

LETTER (S)	EXAMPLES	ENGLISH KEY WORDS
r-	*ra* to go out *ru* to lull *rận* body louse	(N) as in *zoo, zero, zest* (S) as in *rule, run, rah rah*
s-	*số* number *sa* to fall *sắc* insolent *so* to compare *sơ-sài* simple	(N) as in *so, saw, suck* (S) as in *show, shah, shuck ;* *Shaw*
t-	*tai* ear *tôi* I *tắp* straight	as in *sty, stoic, stop* (i.e., with no aspiration at all)
th-	*thai* fœtus *thôi* to stop *thắp* to light	as in *tie, toy, top* (but with a stronger aspiration)
tr-	*tra* to question *trà* tea	(N) as in *church* (S) as in *entry*

LETTER (S)	EXAMPLES	ENGLISH KEY WORDS
v-	*vào* to enter	(N) as in *vow, very, veer*
	vậy thus, so	(S) as in *beauty*
	và and	or in *Vietnamese*
	vía life principle	
	vội-vàng hasty	
x-	*xin* to ask	as in *seen, so, saw*
	xem to watch	
	xa far	
	xúc-xích sausage	

LETTER (S)	EXAMPLES	ENGLISH KEY WORDS
-m	*im* quiet, silent *em* younger sibling *đêm* night	as in *seem, dame*
-n	*in* to print *đến* to arrive *én* swallow	as in *in, Dame,* " *n* "
-ng	*làng* village *lúng-túng* embarrassed *ông* grandfather *ong* bee	as in *langlauf* as in *long* (but with the lips closed)
-nh	*xinh* cute *anh* elder brother	as in *sing*
-p	*ấp* hamlet *hấp* to steam	as in *up*

LETTER (S)	EXAMPLES	ENGLISH KEY WORDS
-t	*hất* to throw out *mất* to lose	as in *hut*
-c	*bấc* wick *lắc-cắc* insolent	as in *buck*
	cúc chrysanthemum *cốc* glass *cóc* toad	as in *cook* (but with the lips closed)
-ch	*ích* use *ách* yoke	as in *eke, Mike*

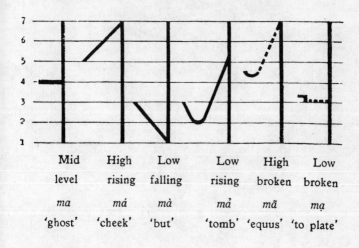

Mid level	High rising	Low falling	Low rising	High broken	Low broken
ma	*má*	*mà*	*mǎ*	*mã*	*mạ*
'ghost'	'cheek'	'but'	'tomb'	'equus'	'to plate'

I. EMERGENCY EXPRESSIONS

ASKING HELP

ENGLISH	VIETNAMESE
Help !	*Cứu tôi với !*
I am lost.	*Tôi lạc đường.*
I am wounded.	*Tôi bị thương.*

Note: See MEDICAL AID page 38.

Please help me.	*Xin cứu tôi.*
I am thirsty.	*Tôi khát nước.*
What is this place ?	*Đây là đâu ?*
Take me to the post.	*Dẫn tôi đến đồn.*
I am an Englishman.	*Tôi là người Anh.*
I am an American.	*Tôi là người Mỹ.*
I am Canadian.	*Tôi là người Gia-Nã-Đại.*
I am Australian.	*Tôi là người Úc.*
I am a New Zealander.	*Tôi là người Tân-Tây-Lan.*
We are American soldiers.	*Chúng tôi là lính Mỹ.*
I am your friend.	*Tôi là bạn.*
We are your friends.	*Chúng tôi là bạn.*
Are there soldiers near here ?	*Gần đây có lính không ?*

1

Where are they ?	*Họ ở đâu ?*
Are they our enemies ?	*Họ có phải là địch không ?*
Where are Vietnamese troops ?	*Quân-đội Việt-Nam ở đâu ?*
How can I get there ?	*Tôi có thể đi đến đó bằng cách nào ?*
Take me there.	*Dẫn tôi đến đó.*
You wille be rewarded.	*Ông sẽ được thưởng.*
I want to eat.	*Tôi muốn ăn cơm.*

Note : See **FOOD AND DRINK** page 26.

Take me to a doctor.	*Đem tôi đến bác-sĩ.*
Call a doctor.	*Gọi bác-sĩ.*
Baby fell down.	*Em bé té.*
Bady cut his (or her) finger.	*Em bé đứt tay.*
Baby got a bleeding nose.	*Em bé đổ máu cam.*
Mrs. — is going to have a baby soon.	*Bà — sắp sanh.*
Mrs. — is having a hemorrhage.	*Bà — bị băng huyết.*

2

WARNINGS

ENGLISH	VIETNAMESE
Danger !	*Nguy-hiểm !*
Don't smoke !	*Cấm hút thuốc.*
Careful !	*Cẩn-thận.*
Look out !	*Coi chừng.*
Lie down !	*Nằm xuống.*
Take cover !	*Nấp đi.*

COMMANDS

ENGLISH	VIETNAMESE
Wait here !	*Đợi đây !*
Stand up !	*Đứng lên !*
Come forward !	*Đi ra !*
Hurry up !	*Mau lên !*
Move back !	*Lùi lại !*
Turn around !	*Quay lưng lại !*
Go ahead !	*Tiến lên !*
Follow me !	*Đi theo tôi !*
Go slow !	*Đi chậm lại !*
Don't shoot !	*Đừng bắn !*

3

Stop !	*Dừng lại !*
Halt !	*Đứng lại !*
Who is there ?	*Ai đó ?*
Advance !	*Tiến lên !*
Show your pass !	*Cho xem chứng-minh-thư !*
Don't move !	*Đừng đụng-đậy !*
Surrender !	*Hàng đi !*
Throw down your arms !	*Vứt súng xuống !*
Raise your hands !	*Giơ tay lên !*
Line up !	*Đứng thành hàng !*
Don't try any tricks !	*Đừng có giở trò !*
Obey or I'll fire !	*Tuân lệnh không tôi bắn !*

2. GENERAL EXPRESSIONS
GREETINGS

ENGLISH	VIETNAMESE
Hello (*general form of greeting for any time of day*)	*Chào ông.*
	Chào bà.
Greetings, *or* Good bye.	*Chào cô.*
Mr. Ba.	*Ông Ba.*
Mrs. Ba.	*Bà Ba.*
Miss Lan.	*Cô Lan.*
How are you ?	*Ông mạnh không ?*
	Bà mạnh không ?
	Cô mạnh không ?
I'm fine.	*Tôi mạnh.*
Thank you.	*Cám ơn ông.*
	Cám ơn bà.
	Cám ơn cô.
You're welcome.	*Không có gì.*
Excuse me	*Xin lỗi ông.*
	Xin lỗi bà.
	Xin lỗi cô.

5

My name is Snow.	*Tôi tên là Snow.*
What's your name ?	*Tên ông là gì ?*
	Tên bà là gì ?
	Tên cô là gì ?
What's your name ? (very polite)	*Quý-danh là gì ?*
Glad to meet you.	*Hân-hạnh gặp ông.*
	Hân-hạnh gặp bà.
	Hân-hạnh gặp cô.
Come in.	*Mời ông vào.*
	Mời bà vào.
	Mời cô vào.
Please sit down.	*Mời ông ngồi.*
	Mời bà ngồi.
	Mời cô ngồi.
Sit here.	*Ông ngồi đây.*
	Bà ngồi đây.
	Cô ngồi đây.

GREETINGS

Sit here.	*Ông ngồi đây.*
	Bà ngồi đây.
	Cô ngồi đây.
Will you have a cigarette ?	*Mời ông hút thuốc.*
Do you have a light ?	*Ông có lửa không ?*
Are you hungry ?	*Ông đói không ?*
	Bà đói không ?
	Cô đói không ?
Would you like something to eat ?	*Ông ăn gì không ?*
Would you like something to drink ?	*Ông uống gì không ?*
Are you thirsty ?	*Ông khát không ?*
	Bà khát không ?
	Cô khát không ?
So long.	*Chào ông.*
	Chào bà.
	Chào cô.

See you later.	*Lát nữa gặp ông.*
	Lát nữa gặp bà.
	Lát nữa gặp cô.
See you tomorrow.	*Mai nhé.*
Good luck !	*Chúc ông may mắn.*
	Chúc bà may mắn.
	Chúc cô may mắn.
Congratulations.	*Mừng ông.*
	Mừng bà
	Mừng cô.
Congratulations (to couple).	*Mừng ông bà.*
Happy New Year.	*Chúc mừng năm mới.*
« Bottoms up ».	*Xin cạn ly.*
To your health !	*Chúc ông mạnh khỏe.*
	Chúc bà mạnh khỏe.
	Chúc cô mạnh khỏe.

LOCATION

When you want directions to get somewhere you use the sentence « Where is... ? » and then add the words you need :

ENGLISH	VIETNAMESE
Where is ... ?	... đâu ?
the restaurant	tiệm ăn
Where is the restaurant ?	Tiệm ăn đâu ?
the hotel	khách-sạn
Where is the hotel ?	Khách-sạn đâu ?
the railroad station	nhà ga
Where is the r. r. station ?	Nhà ga đâu ?
the bathroom	nhà tắm
Where is the bathroom ?	Nhà tắm đâu ?
(in a home)	
the toilet	cầu tiêu
Where is the toilet ?	Cầu tiêu đâu ?
(in a public place)	

DIRECTIONS

The answer to your question « Where is such and such a place ? » may be « Go left » or « Go straight ahead » so you need to know these phrases :

ENGLISH	VIETNAMESE
Go straight ahead.	*Đi thẳng đây.*
Go left.	*Rẽ bên trái.*
Go right.	*Rẽ bên phải.*

It is sometimes useful to say « Please point »

| Please point. | *Xin chỉ cho tôi.* |

If you are driving and ask for directions the distance will be given you in kilometers, not miles :

| Kilometer | *Cây số* |

One kilometer equals 5/8 of a mile.

WHAT'S THIS ?

When you want to know the name of something you can say « What's this ? » or « What's that ? » and point to the thing you mean :

ENGLISH	VIETNAMESE
what	*cái gì*
this	*cái này*
What's this ?	*Cái này là cái gì ?*
that	*cái đó*
What's that ?	*Cái đó là cái gì ?*
that one over there	*cái kia*
What's that one over there ?	*Cái kia là cái gì ?*

ASKING FOR THINGS

When you want something, use the phrase «I want» and add the name of the thing wanted :

ENGLISH	VIETNAMESE
I want ...	*Tôi muốn ...*
to eat	*ăn cơm*

I want to eat.	*Tôi muốn ăn cơm.*
to drink	*uống*
I want to drink.	*Tôi muốn uống.*

PHRASES TO HELP UNDERSTANDING

The following examples will show you how questions are answered :

ENGLISH	VIETNAMESE
Is there any ?	*Có không ?*
There is.	*Có.*
There is not.	*Không có.*
Is that right ?	*Có phải không ?*
That's right.	*Phải.*
That's not right.	*Không phải.*
Is that correct ?	*Có đúng không ?*
That's correct.	*Đúng.*
That's not correct.	*Không đúng.*
Is it OK ?	*Có được không ?*
It's OK.	*Được.*
It's not OK.	*Không được.*

12

PHRASES TO HELP UNDERSTANDING

Question 1 really means « have (or) not have ». The answer that corresponds to English « yes » is really « have », and the answer that is the same as English « no » is really « not to have ». Other questions are similar : the listener is given two choices and must reply by indicating which one he believes to be correct — that is, by repeating the right part of the question.

GETTING INFORMATION

ENGLISH	VIETNAMESE
You may.	*Được.*
You may not.	*Không được.*
Perhaps.	*Có lẽ.*
It's possible.	*Có thể.*
Certainly, Surely.	*Chắc-chắn.*
I don't know.	*Tôi không biết.*
I know.	*Tôi biết.*
I think so.	*Tôi tưởng thế.*
I don't think so.	*Tôi không tin thế.*
I am afraid.	*Tôi sợ.*
I am sorry.	*Tôi tiếc.*

13

I see.	*Tôi thấy rồi.*
What language do you speak ?	*Ông nói tiếng gì ?*
	Bà nói tiếng gì ?
	Cô nói tiếng gì ?
Do you speak English ?	*Ông có nói tiếng Anh không ?*
I speak . . .	*Tôi nói . . .*
Vietnamese	*tiếng Việt*
Chinese	*tiếng Trung-Hoa*
Mandarin	*tiếng Quan-Hỏa*
Cantonese	*tiếng Quảng-Đông*
Japanese	*tiếng Nhật*
Korean	*tiếng Hàn-Quốc*
Thai	*tiếng Thái*
Burmese	*tiếng Diến-Điện*
Cambodian	*tiếng Căm-Bốt*
Lao	*tiếng Lào*
Malay	*tiếng Mã-Lai*
Indonesian	*tiếng Nam-Dương*
Hindustani	*tiếng Ấn-Độ*
Pakistani	*tiếng Hồi-Quốc.*

French	*tiếng Pháp*
Spanish	*tiếng Y-Pha-Nho*
Italian	*tiếng Ý*
German	*tiếng Đức*
Russian	*tiếng Nga*
Dutch	*tiếng Hòa-Lan*
Arab	*tiếng Å-Rập*
I don't speak well.	*Tôi nói kém lắm.*
Is there an interpreter ?	*Có thông-ngôn không ?*
Do you understand ?	*Ông hiểu không ?*
I don't understand.	*Tôi không hiểu.*
What did you say ?	*Ông nói gì ?*
Please speak slowly.	*Xin ông nói chậm.*
Please repeat.	*Xin ông nhắc lại.*
What do you call this ?	*Cái này gọi là gì ?*
What is this ?	*Cái này là cái gì ?*
What is that ?	*Cái đó là cái gì ?*
Wait here.	*Xin ông đợi đây.*
Wait a moment.	*Xin ông đợi một chút.*

Come with me.	*Xin đi theo tôi.*
. . . wants to see you.	*. . . muốn gặp ông.*
I want to ask you some questions.	*Tôi muốn hỏi ông vài câu.*
Answer « yes » or « no ».	*Xin trả lời « có » hay « không ».*
Please show me.	*Làm ơn chỉ cho tôi.*
Read this.	*Xin đọc cái này.*

Note : For NUMBERS, see page 22

Write this number.	*Xin biên con số này.*
Draw a picture of it.	*Vẽ xem.*
Tell the truth.	*Xin nói thật.*
Don't be afraid !	*Đừng sợ.*
There will be no trouble.	*Không sao đâu.*

QUESTIONS ABOUT AN INDIVIDUAL

ENGLISH	VIETNAMESE
What nationality are you ?	*Ông quốc-tịch gì ?*
I am a . . .	*Tôi là . . .*
My wife is a . . .	*Vợ tôi là . . .*
Vietnamese	*người Việt-Nam*

16

Chinese	*người* *Trung-Hoa*
Japanese	*người* *Nhật-Bản*
Korean	*người* *Hàn-Quốc*
Cambodian	*người* *Căm-Bốt*
Laotian	*người* *Lào*
Thai	*người* *Thái*
Burmese	*người* *Diến-Điện*
Malay	*người* *Mã-Lai*
Indonesian	*người* *Nam-Dương*
Filipino	*người* *Phi-Luật-Tân*
American	*người* *Mỹ*
Englishman	*người* *Anh*
Frenchman	*người* *Pháp*
Spaniard	*người* *Y-Pha-Nho*
Italian	*người* *Ý*
Where are you from ?	*Ông* *ở đâu* *đến ?* or
	Ông *người nước nào ?*
What is your native region ?	*Ông* *người vùng nào ?*
I'm a native of ...	*Tôi* *người ...*
Where do you live ?	*Ông* *ở đâu ?*

I live in Thu Duc.	*Tôi ở Thủ-Đức.*
Where are you going ?	*Ông đi đâu ?*
I'm going to Bien Hoa.	*Tôi đi Biên-Hoà.*
Take me to Cho Lon.	*Cho tôi đi Chợ-Lớn.*
Is it far ?	*Xa không ?*
No. It's very close.	*Không. Gần lắm.*
Where is your friend ?	*Bạn ông đâu ?*
He's busy right now.	*Ông ấy đang bận.*
Where is your family ?	*Gia-đình ông đâu ?*
How many children do you have ?	*Ông có mấy cháu ?*
I have two, a boy and a girl.	*Tôi có hai cháu, một trai, một gái.*
How old is the boy ?	*Cháu trai mấy tuổi ?*
He's seven years old.	*Cháu bảy tuổi*
How old are you ?	*Ông bao nhiêu tuổi ?*
I'm thirty years old.	*Tôi ba mươi tuổi.*
My father is in Dalat.	*Ba tôi ở Đà-Lạt.*
My mother is dead.	*Má tôi mất rồi.*
Where is your husband ?	*Chồng bà đâu ?*

18

My husband is out.	*Nhà tôi đi vắng.*
Where is Mrs. Linh ?	*Bà Linh đâu ?*
My wife is at home.	*Nhà tôi ở nhà.*
What's his wife doing ?	*Vợ ông ấy làm gì ?*
She's a pharmacist.	*Bà ấy làm dược-sĩ.*
What's her husband doing ?	*Chồng bà ấy làm gì ?*
He's a teacher	*Ông ấy làm giáo-sư.*
She's a secretary.	*Cô ấy làm thư-ký.*
She's a typist.	*Cô ấy làm thư-ký đánh máy.*
My younger brother is married.	*Em trai tôi có vợ rồi.*
My younger sister is not married yet.	*Em gái tôi chưa có chồng.*
My elder brother is a businessman.	*Anh tôi buôn bán.*
My elder sister is a nurse.	*Chị tôi làm nữ-y-tá.*
His aunt is a midwife.	*Cô anh ấy làm cô-đỡ.*
His uncle is an engineer.	*Chú anh ấy làm kỹ-sư.*
Her elder brother is an officer.	*Anh cô ấy làm sĩ-quan.*

RANK

ENGLISH	VIETNAMESE
My friend is a . . .	*Bạn tôi là . . .*
buck private, airman	*binh-nhì*
pfc, afc, seaman 2nd class	*binh-nhất*
corporal, seaman 1st cl.	*hạ-sĩ*
sergeant, petty officer	*trung-sĩ*
first sergeant	*trung-sĩ nhất*
warrant officer	*thượng-sĩ*
noncommissioned officer	*hạ-sĩ-quan*
candidate officer, third lt.	*chuẩn-úy*
second lieutenant, ensign	*thiếu-úy*
first lieutenant, lt. jg.	*trung-úy*
captain, lieutenant	*đại-úy*
major, lt. commander	*thiếu-tá*
lieutenant colonel, comm.	*trung-tá*
colonel, captain	*đại-tá*
brigadier-general	*thiếu-tướng*
major-general	*trung-tướng*
lieutenant-general	*đại-tướng*
general	*thống-tướng*

rear admiral	*đề-đốc*
vice admiral	*phó đô-đốc*
admiral	*đô-đốc*
chief-of-staff	*tham-mưu-trưởng*
commander-in-chief	*tổng-tư-lệnh*

ORGANIZATION AND SPECIALTY

ENGLISH	VIETNAMESE
I am with the . . .	*Tôi thuộc . . .*
VN Army	*Lục-quân Việt-Nam*
US Navy	*Hải-quân Mỹ*
VN Air Force	*Không-quân Việt-Nam*
US Marines	*Thủy-quân lục-chiến Mỹ*
I am in the . . .	*Tôi thuộc . . .*
Artillery	*pháo-binh*
Cavalry	*kỵ-binh*
Engineers	*công-binh*
Infantry	*bộ-binh*
Medical Corps	*quân-y*
Military Police	*hiến-binh*

21

Ordnance Corps	nha *Quân-cụ*
Quartermaster Corps	nha *Quân-nhu*
Signal Corps	nha *Truyền-tin*
Transportation Corps	nha *Thông-vận-binh*

NUMBERS

You neeu to know the numbers :

ENGLISH	VIETNAMESE
one	*một*
two	*hai*
three	*ba*
four	*bốn*
five	*năm*
six	*sáu*
seven	*bẩy*
eight	*tám*
nine	*chín*
ten	*mười*
eleven (ten plus one)	*mười một*
twelve	*mười hai*

22

thirteen	*mười ba*
fifteen (Cf. 5)	*mười lăm*
twenty (two times ten) (Cf. 10)	*hai mươi*
twenty-one (Cf. 1 and 11)	*hai mươi mốt*
twenty-two	*hai mươi hai*
twenty-five	*hai mươi lăm*
30 (three times ten)	*ba mươi*
40 (four times ten)	*bốn mươi*
55 (fifty plus five)	*năm mươi lăm*
66 (sixty plus six)	*sáu mươi sáu*
77 (seventy plus seven)	*bảy mươi bảy*
88 (eighty plus eight)	*tám mươi tám*
99 (ninety plus nine)	*chín mươi chín*
100	*một trăm*
101	*một trăm linh một*
102	*một trăm linh hai*
110	*một trăm mười*
112	*một trăm mười hai*
122	*một trăm hai mươi hai*

200		*hai trăm*
1,000		*một nghìn* (or *ngàn*)
1,200		*một nghìn hai trăm*
1,900		*một nghìn chín trăm*
1,950		*một nghìn chín trăm năm mươi*
1,959		*một nghìn chín trăm năm mươi chín*
1,960		*một nghìn chín trăm sáu mươi*
2,000		*hai nghìn*
10,000		*một vạn* (or *mười ngàn*)
52,944		*năm mươi hai ngàn chín trăm bốn mươi bốn*
100 000		*một trăm ngàn*
1,000,000		*một triệu*
How long have you been in Vietnam ?		*Ông ở Việt-Nam bao lâu rồi ?*
Very long.		*Lâu lắm.*
How many years ?		*Mấy năm ?*
Three years.		*Ba năm.*

24

How many months ?	*Mấy tháng ?*
Nine months.	*Chín tháng.*
How many weeks	*Mấy tuần ?*
Five weeks.	*Năm tuần.*
How many days ?	*Mấy ngày ?*
Six days.	*Sáu ngày.*
How many people ?	*Mấy người ?*
A few men.	*Vài người (or Một hai người).*
How many people ?	*Bao nhiêu người ?*
Forty men.	*Bốn mươi người.*
Three hundred men.	*Ba trăm người.*

3. PERSONAL NEEDS

FOOD AND DRINK

ENGLISH	VIETNAMESE
I'm hungry	*Tôi đói.*
I'm thirsty.	*Tôi khát.*
Where's the market ?	*Chợ ở đâu ?*
Where's the restaurant ?	*Tiệm ăn đâu ?*
I want to buy food.	*Tôi muốn mua đồ ăn.*
I want (or need) ...	*Tôi cần ...*
Give me ...	*Cho tôi ...*
Bring me ...	*Đem cho tôi ...*
apples	*táo (or bôm)*
bamboo sprouts	*măng*
bananas	*chuối*
bean curds	*đậu-phụ*
bean sprouts	*giá*
beans	*đậu*
beef	*thịt bò*
beer	*rượu bia*
boiled eggs	*trứng gà luộc*

FOOD AND DRINK

boiled water	*nước sôi*
bread	*bánh mì*
butter	*bơ*
cabbage	*bắp cải*
candy	*kẹo*
celery	*rau cần*
chicken	*thịt gà*
Chinese food	*cơm Tầu*
Chinese noodles	*mì*
chocolate	*súc-cù-là*
coconut	*dừa*
coffee	*cà-phê*
cold water	*nước lạnh*
congee, rice gruel	*cháo*
(cooked) rice	*cơm*
cucumber	*dưa chuột*
custard apples	*na (or mãng-cầu)*
duck	*thịt vịt*
eggplant	*cà*
eggs	*trứng gà*

27

filtered water	nước lọc
fish	cá
fish sauce	nước-mắm
food	đồ ăn
French food	cơm Pháp
fried eggs	trứng lập-là
fried rice	cơm chiên
fruits	hoa quả
grapes	nho
hot pepper	ớt
ice	nước đá
lemons	chanh
lichees	vải
mangoes	soài
mangosteens	măng-cụt
meat	thịt
milk	sữa
mushrooms	nấm
mutton	thịt cừu
omelet	trứng ốp-lết

FOOD AND DRINK

onions, scallion	*hành*
oranges	*cam*
papayas	*đu-đủ*
peaches	*đào*
peanuts	*lạc* (or *đậu-phụng*)
pears	*lê*
pepper	*hạt tiêu*
persimmons	*hồng*
pigeon	*bồ-câu*
pineapples	*dứa* (or *trái thơm*)
plums	*mận*
pomelos	*bưởi*
pork	*thịt lợn*
potatoes	*khoai tây*
pumpkin, winter melon	*bí*
salt	*muối*
soup	*súp*
soy sauce	*sì-dầu*
steak	*bí-tết*
sugar	*đường*

sugar cane	*mía*
tangerines	*quít*
tea	*nước chè (or nước trà)*
tomatoes	*cà-chua*
vegetables	*rau*
Vietnamese food	*cơm Việt-Nam*
Vietnamese noodles	*phở*
vinegar	*dấm*
water chesnuts	*mã-thày*
water melon	*dưa đỏ (or dưa hấu)*
whisky	*rượu úyt-ky*
wine	*rượu vang*
(a) cup of coffee	*một tách cà-phê*
(a) cup of tea	*một tách chè/trà*
(an) eating bowl	*một cái bát*
(a) fork	*một cái nĩa*
(a) glass of beer	*một cốc bia*
(a) knife	*một con dao*
(a) pair of chopsticks	*một đôi đũa*
(a) plate	*một cái đĩa*

FOOD AND DRINK

(a) pot of tea	*một ấm chè/trà*
(a) spoon	*một cái thìa*
(a) teacup	*một cái tách*
(a) teapot	*một cái ấm*
Please ... it for me.	*... cho tôi.*
boil	*luộc*
fry	*rán*
steam	*hấp*
I want it ...	*Tôi thích ...*
salted	*mặn*
unsalted	*lạt (or nhạt)*
weak (as for tea)	*loãng*
strong (as for tea)	*đặc (or đậm)*
tender	*dừ*
well-cooked	*thật chín*
rare	*tái*
Give me ...	*Cho tôi ...*
cigars	*sì-gà*
a pipe	*cái píp*
tobacco	*ta-ba (or thuốc hút)*

31

a box of matches	*bao diêm (or bao quẹt)*
a lighter	*cái bật lửa*
an ash tray	*cái gạt tàn thuốc lá*

LODGING

ENGLISH	VIETNAMESE
Where's the hotel ?	*Khách-sạn đâu ?*
Where's the manager ?	*Ông chủ đâu ?*
I want to spend the night.	*Tôi muốn ngủ lại một đêm.*
I want a room.	*Tôi muốn thuê phòng.*
For how many people ?	*Mấy người ?*
For one.	*Một người.*
How much a day ?	*Mỗi ngày bao nhiêu ?*
500 piasters with meals and 300 without.	*Cả ăn năm trăm, ở không ba trăm.*
What floor ?	*Tầng nào ?*
Fourth floor.	*Tầng thứ tư.*
I want . . .	*Tôi cần . . .*
a mattress	*một cái đệm*
a blanket	*một cái chăn*

32

a mosquito net	*một cái màn*
a pillow	*một cái gối*
a pillow case	*một cái áo gối*
a sleeping mat	*một cái chiếu*
hot water	*nước nóng*
some insect spray	*thuốc trừ muỗi*
a sheet	*một cái ga trải giường*
a candle	*một cây nến*
a lamp	*một cái đèn*
some toilet paper	*giấy vệ–sinh*
a fan	*một cái quạt*
an electric fan	*một cái quạt điện*
the key	*chìa khóa*
a flashlight	*một cái đèn pin*
a towel	*một cái khăn mặt*
some soap	*sà-phòng (or sà-bông)*
a comb	*một cái lược*
a toothbrush	*một cái bàn chải răng*
razor blades	*lưỡi dao cạo*
Open the window for me.	*Mở cửa sổ hộ tôi.*

Close the door for me.	*Đóng cửa hộ tôi.*
Turn on the fan.	*Mở quạt hộ tôi.*
Turn off the fan.	*Tắt quạt hộ tôi.*
Turn on the light.	*Mở đèn hộ tôi.*
Turn off the light.	*Tắt đèn hộ tôi.*
Turn on the radio.	*Mở radio hộ tôi.*
Turn off the radio.	*Tắt radio hộ tôi.*
Turn on the air-conditioner.	*Mở máy-lạnh hộ tôi.*
Turn off the air-conditioner.	*Tắt máy-lạnh hộ tôi.*
I must . . .	*Tôi phải . . .*
arrive on time	*đến đúng giờ*
eat with Mr. Pike	*ăn cơm với ông Pike*
make a phone call	*gọi điện-thoại*
go there at once	*đến đó ngay*
shave	*cạo mặt*
take a bath	*tắm một cái*
go now	*đi bây giờ*
You have to . . .	*Ông phải . . .*
read the newspaper	*đọc báo*
pay your bills	*trả tiền*

LODGING

take a taxi	*đi tắc-xi*
arrive early	*đến sớm*
arrive on time	*đến đúng giờ*
I like to . . .	*Tôi thích . . .*
speak Vietnamese	*nói tiếng Việt*
get up late	*dạy trưa*
go to bed early	*đi ngủ sớm*
sleep a lot	*ngủ nhiều*
play tennis	*đánh ten-nít*
go fishing	*đi câu*
go swimming	*đi bơi*
dance	*nhảy đầm*
I just . . .	*Tôi vừa . . .*
wrote him a letter	*viết thơ cho ông ấy*
sent him a telegram	*đánh giây thép cho ông ấy*
saw Mr. Bao	*gặp ông Bảo*
answered the cable	*trả lời điện-tín*
had breakfast	*ăn điểm-tâm*
bought a dress	*mua cái áo mới*
Why are you so late ?	*Sao chậm thế ?*

Because I was out ...	*Vì tôi mắc* ...
working	*làm việc*
eating	*ăn cơm*
drinking coffee	*uống cà-phê*
playing tennis	*đánh ten-nít*
getting my hair cut	*cắt tóc*
buying a pair of wooden shoes	*mua đôi guốc*
fixing my car	*chữa xe*
I want to rest	*Tôi muốn nghỉ.*
I want to sleep.	*Tôi muốn ngủ.*
I want to bathe.	*Tôi muốn tắm.*
I want to wash my face.	*Tôi muốn rửa mặt.*
I want to wash my hands.	*Tôi muốn rửa tay.*
Where's the toilet ?	*Cầu tiêu đâu ?* or
	Nhà tắm đâu ?
Wake me up at ... o'clock.	... *giờ đánh thức tôi.*

Note : For **TIME**, see page 70

Has anybody called ?	*Có ai gọi điện-thoại không ?*

Has anybody asked for me ?	*Có ai hỏi tôi không ?*
Take this letter to USOM.	*Cầm thư này đến USOM.*
Send someone to take this letter to the Embassy.	*Cho người cầm thư này đến tòa Đại-sứ.*
Here is my...	*... tôi đây.*
name	*tên*
address	*địa-chỉ*
room number	*số phòng*
telephone number	*số điện-thoại*
If there is mail for me, please forward it to ESSO.	*Nếu có thư cho tôi, xin cầm đến hãng ESSO.*
If there is a telegram please take it to SHELL.	*Nếu có điện-tín, xin cầm đến hãng SHELL.*
Please send my luggage to USIS.	*Xin gửi hành-lý của tôi để USIS.*
I'll be back ...	*... tôi về.*
tomorrow	*mai*
in three days	*ba ngày nữa*
in four weeks	*bốn tuần nữa*
day after tomorrow	*mốt*

next week	tuần sau
next month	tháng sau
Wednesday	thứ tư

Note : For DAYS OF THE WEEK, see page 72.

Have you a room . . .	Ông có buồng nào . . .
than this ?	không ?
better	tốt hơn
larger	rộng hơn
brighter	sáng hơn
quieter	yên-tĩnh hơn
cheaper	rẻ hơn
cleaner	sạch hơn

MEDICAL AID

ENGLISH	VIETNAMESE
Help !	*Cứu tôi với !*
Call a . . .	*Gọi . . .*
doctor	*bác-sĩ*
dentist	*nha-sĩ*
man from the hospital	*nhà thương*

ambulance	*xe cứu-thương*
policeman	*cảnh-binh*
nurse	*y-tá*
Take me to ...	*Đưa tôi đến ...*
the hospital	*nhà thương*
the Red Cross	*hội Hồng-Thập-Tự*
the church	*nhà thờ*
the Cathedral	*nhà thờ Công-Giáo*
the Protestant church	*nhà thờ Tin-Lành*
the American Dispensary	*bệnh-viện Mỹ*
Quick !	*Mau lên !*
Stop the bleeding !	*Cho cầm máu lại !*
Bring me some cloth.	*Cho tôi miếng vải.*
Bring me a small stick.	*Cho tôi cái que.*
This long.	*Dài chừng này.*
Tear off the cloth.	*Xé miếng vải ra.*
Tie it here.	*Buộc vào đây.*
Above the wound.	*Trên vết thương.*
Tie it fast.	*Buộc chặt vào.*
This side.	*Bên này.*

39

That side.	Bên ấy.
Tighter.	Chặt nữa.
Too loose.	Lỏng quá.
Hold it tight.	Giữ chặt nhé.
Don't move.	Đừng cử-động.
Loosen it.	Tháo ra.
I am tired.	Tôi mệt.
He's sick.	Ông ấy ốm.
I'm wounded.	Tôi bị thương.
It hurts here.	Tôi đau đây.
My . . . hurts.	. . . tôi đau.
head	đầu
tooth	răng
neck	cổ
back	lưng
stomach	bụng
I'm hurt here.	Tôi bị thương chỗ này.
He's hurt in the . . .	Ông ấy bị thương ở . . .
ankle	mắt cá
arm	tay

40

MEDICAL AID

back	*lưng*
bones	*xương*
buttock	*mông*
chest	*ngực*
ear	*tai*
elbow	*khuỷu tay*
eye	*mắt*
face	*mặt*
foot	*bàn chân*
hand	*bàn tay*
head	*đầu*
hip	*háng, bẹn*
insides	*bên trong*
jaw	*hàm*
knee	*đầu gối*
leg	*chân, cẳng*
mouth	*mồm, miệng*
neck	*cổ*
nose	*mũi*
privates	*ha-bộ*

shoulder	*vai*
stomach	*bụng*
thigh	*đùi*
throat	*họng*
Get . . .	*Kiếm . . .*
alcohol	*cồn*
a bandage	*băng*
a blanket	*một cái chăn*
boiled water	*nước sôi*
a disinfectant	*thuốc sát-trùng*
hot water	*nước nóng*
ice	*nước đá*
iodine	*canh-ki-dốt*
a litter	*một cái cáng*
a padded coat	*một cái áo bông*
a quilt	*một cái chăn bông*
a sedative	*thuốc an-thần*
a sharp knife	*một con dao sắc*
sterilized cotton	*bông gòn*
Don't touch . . .	*Đừng đụng vào . . .*

42

Don't move . . .	*Để nguyên* . . .
Lift . . . carefully	*Đỡ* . . . *dậy*
me	*tôi*
him	*ông ấy*
them	*họ*
Be careful !	*Cẩn-thận !*
Don't give him that ! (to eat)	*Đừng cho ăn cái đó.*
I've been poisoned.	*Tôi bị thuốc độc.*
I've been bitten by a snake.	*Tôi bị rắn cắn.*
I've been bitten by a dog.	*Tôi bị chó cắn.*

4. BUYING AND PERSONAL SERVICES

WHERE TO GET IT

ENGLISH	VIETNAMESE
Where is there a . . . ?	*Chỗ nào có . . . ?*
barber	*thợ cạo*
drug store	*hiệu thuốc*
general goods store	*hàng tạp-hóa*
laundry	*thợ giặt*
movie	*rạp xi-nê*
restaurant	*tiệm ăn*
tailor	*thợ may*
dentist	*nha-sĩ*
doctor	*bác-sĩ*
policeman	*cảnh-binh*
shoemaker	*thợ giầy*
church	*nhà thờ*
clothing store	*tiệm quần áo*
garage	*ga-ra*

THINGS WANTED

ENGLISH	VIETNAMESE
I want to buy...	*Tôi muốn mua...*
Where do they sell...?	*Ở đâu bán...?*
Give me...	*Bán cho tôi...*
this	*cái nầy*
that	*cái ấy*
that yonder	*cái kia*
one of these	*một cái nầy*
aspirin	*thuốc nhức đầu*
ammonia	*nước đái quỷ*
	(or a-mô-ni-ác)
batteries	*pin (or bình điện)*
a brush	*một cái bàn chải*
buttons	*khuy*
cigarettes	*thuốc lá*
cloth	*vải*
clothing	*quần áo*
thread	*chỉ*
a needle	*một cái kim*
a comb	*một cái lược*

cotton	*bông*
a laxative	*thuốc xổ*
a light bulb	*một cái bóng đèn*
an envelope	*một cái phong-bì*
a flashlight	*một cái đèn pin*
a handkerchief	*một cái mùi-soa*
a hat	*một cái mũ*
a conical hat	*một cái nón*
ink	*mực*
a knife	*một con dao*
a leather belt	*một cái thắt lưng da*
matches	*diêm (or quẹt)*
a pair of pants	*một cái quần*
paper	*giấy*
a pencil	*một cái bút chì*
pins	*đinh ghim*
quinine	*thuốc ký-ninh*
a raincoat	*một cái áo mưa*
a razor	*một con dao cạo*
razor blades	*lưỡi dao cạo*

safety pins	*kim băng*
a scarf	*một cái khăn quàng*
a pair of scissors	*một cái kéo*
a shirt	*một cái sơ-mi*
a sport shirt	*một cái sơ-mi-dét*
a pair of shoelaces	*một đôi dây giầy*
a pair of shoes	*một đôi giầy*
a cake of soap	*một bánh xà phòng*
a pair of socks	*một đôi bít-tất/vớ*
a suitcase	*một cái va-li*
a pair of sunglasses	*một cái kính đen*
shoe polish	*kem đánh giầy*
a sweater	*một cái áo len*
a toothbrush	*một cái bàn chải răng*
a tube of toothpaste	*một ống thuốc đánh răng*
an undershirt	*một cái may-ô*
a pair of undershorts	*một cái quần đùi*
a pair of Bermuda shorts	*một cái quần soóc*
wool cloth, flannelette	*vải bông*
I want one made of . . .	*Tôi cần một cái bằng . . .*

bamboo	*tre*
cloth	*vải*
copper	*đồng*
glass	*thủy-tinh*
gold	*vàng*
iron	*sắt*
leather	*da*
paper	*giấy*
porcelain	*sứ*
silver	*bạc*
wood	*gỗ (or cây)*
wool	*len (or nỉ)*

Do you sell anything else ?	*Còn bán gì khác không ?*
I want more.	*Tôi cần nữa.*

SERVICES WANTED

ENGLISH	VIETNAMESE
Please sweep the floor.	*Chị đi quét nhà.*
Please sweep the yard.	*Chị đi quét sân.*
Please mop the floor.	*Chị đi cọ sàn.*

We have company.	*Có khách.*
Please make some coffee.	*Chị đi pha cà-phê.*
Please make some tea.	*Chị đi pha trà.*
Please make some orange juice.	*Chị đi pha nước cam.*

Please make the formula for baby.	*Chị đi pha sữa cho em.*
Please change baby's diapers.	*Chị đi thay tã cho em.*
Please ask him to come in.	*Chị mời ông ấy vào (vô).*
Please ask her to come in.	*Chị mời bà ấy vào.*
Please ask them to come in.	*Chị mời ông bà ấy vào.*
Please ask Mr. . . to come out.	*Chị mời ông . . . ra.*

Please ask Mrs . . . to come down.	*Chị mời bà . . . xuống.*
We are having company tonight.	*Tối nay có khách.*
We are having company tomorrow morning.	*Sáng mai có khách.*
Just for tea.	*Uống trà thôi.*

We are having dinner guests this Saturday night.	*Thứ bẩy này có khách ăn cơm.*
Come with me.	*Chị đi với tôi.*
Call a taxi.	*Gọi tắc-xi.*
Have this . . . for me.	*. . . cái này cho tôi.*
washed	*giặt*
pressed	*là (or ủi)*
dry-cleaned	*hấp*
mended	*mạng*
repaired	*sửa*
I want . . .	*Tôi cần . . .*
a haircut	*cắt tóc*
a shave	*cạo mặt*
a guide	*một người hướng-đạo*
a chauffeur	*một người tài-xế*
a cook	*một người bếp*
a domestic	*một người giúp việc*
a boyesse	*một chị hai*
a cart driver	*một người lái xe*
a painter	*một người thợ sơn*

SERVICES WANTED

a carpenter	*một người thợ mộc*
a bricklayer	*một người thợ nề*
a mechanic	*một người thợ máy*
a gardener	*một người làm vườn*

PAYMENT

ENGLISH	VIETNAMESE
How much (money) ?	*Bao nhiêu (tiền) ?*
How much is . . . ?	*. . . bao nhiêu ?*
this	*cái này*
that	*cái ấy*
I will pay you now.	*Tôi trả tiền bây giờ.*
I will pay you later.	*Tôi sẽ trả tiền sau.*
I will pay you after we arrive.	*Đến nơi tôi sẽ giả tiền.*
I don't have dollars.	*Tôi không có đô-la.*
This is worth . . . piasters	*Chỗ này bằng . . . đồng Việt-Nam.*
Not so much.	*Sao đắt thế !*
That's too much.	*Đắt quá.*

51

I will pay you . . .	*Tôi trả cô . . .*
Will you sell this for . . . ?	*Cái này . . . được không ?*
You should give back . . . change.	*Thối lại tôi . . . chứ.*
Give me a receipt.	*Cho tôi cái biên-lai.*
This is a receipt.	*Đây là giấy biên-lai.*
My company will pay you.	*Công-ty tôi sẽ trả ông.*
Take this to this address, you will be paid.	*Đem đến địa-chỉ này, người ta sẽ trả tiền ông.*

5. LOCATION AND TERRAIN

LOCATION

ENGLISH	VIETNAMESE
What place is this ?	Đây là đâu ?
Have you a map ?	Có bản-đồ không ?
Show me on this map.	Chỉ cho tôi xem.
Can you guide me ?	Ông chỉ đường cho tôi nhé.
Can you find us a guide ?	Ông tìm dùm chúng tôi một
	người hướng-đạo.
Where is . . . ?	. . . đâu ?
the town	tỉnh-ly
the police station	sở cảnh-sát
the telephone	điện-thoại
the r.r. station	nhà ga
the airport	sân bay
the office of the province	tòa tỉnh-trưởng
chief	
the district	quận
the US Consulate	tòa Lãnh-sự Mỹ
the USIS office	sở Thông-tin Mỹ

the power plant	*nhà máy-điện*
Is there . . . near here ?	*Gần đây có . . . không ?*
a river	*sông*
a well	*giếng*
a railroad	*đường xe-lửa*
a r.r. station	*nhà ga*
a radio station	*đài phát-thanh*
a house	*nhà*
a village	*làng*
a town	*tỉnh-ly*
a large city	*thành-phố lớn*
What is the city's name ?	*Thành-phố này tên gì ?*
What other cities are there ?	*Còn tỉnh nào khác nữa ?*
Please point.	*Làm ơn chỉ cho tôi*
Which way is east ?	*Mặt nào phía đông ?*
To the . . .	*Phía . . .*
left	*bên trái*
right	*bên phải*
northeast	*đông-bắc*
east	*đông*

LOCATION

southeast	*đông-nam*
south	*nam*
southwest	*tây-nam*
west	*tây*
northwest	*tây-bắc*
north	*bắc*
front	*trước*
rear	*sau*
Here	*Đây (or chỗ này)*
There	*Đó (or chỗ đó)*

DISTANCE

ENGLISH	VIETNAMESE
How far is . . . from here ?	*Từ đây đến . . . bao xa ?*
Is it far ?	*Có xa không ?*
Is it very far ?	*Có xa lắm không ?*
Is it near ?	*Có gần không ?*
How many kilometers to . . . ?	*Đây đến . . . bao nhiêu cây số ?*

... kilometers.   ... *cây số.*
... meters.   ... *thước.*

Note : A kilometer is about 5/8 of a mile.
A meter is about 39 inches.

NATURE OF TERRAIN

ENGLISH	VIETNAMESE
Do you know this area ?	*Ông có biết vùng này không ?*
Are there . . . near by ?	*Gần đây có . . . không ?*
ferries	*phà*
forests	*rừng*
gorges	*khe núi*
hills	*đồi*
jungles	*rừng rậm*
lakes	*hồ*
mountains	*núi*
marshes	*sình-lầy*
passes	*đèo*
ponds	*ao*
ricefields	*ruộng*

56

NATURE OF TERRAIN

rivers	*sông*
roads	*đường đi*
wells	*giếng*
Is the water deep ?	*Nước có sâu không ?*
Are the rivers wide ?	*Sông có rộng không ?*
Are the moutains high ?	*Núi có cao không ?*
Is there a bridge ?	*Có cầu không ?*
Are there villages in the mountains ?	*Trên núi có làng mạc gì không ?*
Are there houses near the river ?	*Gần sông có nhà cửa gì không ?*
Is there a Buddhist temple in the mountain ?	*Trên núi có chùa không ?*

6. ROADS AND TRANSPORTATION
ROADS AND BRIDGES

ENGLISH	VIETNAMESE
Where does this road lead to ?	Đường này đi đâu ?
Is the road . . . ?	Đường . . . không ?
Is this bridge . . . ?	Cầu này có . . . không ?
good	tốt
bad	xấu
damaged	hỏng
all right to travel on	đi được
wide	rộng
strong	khỏe
Will it carry this load ?	Chở từng này được không ?
Is there . . . ?	Có . . . không ?
a bridge	cầu
dangerous curves	có ngoẹo nguy-hiểm
mud puddles	bùn
holes	ổ-gà
ditches	hố

ruts	*rãnh*
trees	*cây*
What is the speed limit ?	*Tốc-độ tối-đa là bao nhiêu ?*
Do you know this road ?	*Ông có thuộc con đường này không ?*
Please guide us.	*Xin dẫn đường cho chúng tôi.*
Where can we cross the river ?	*Qua sông chỗ nào ?*
Is the river deep ?	*Sông có sâu không ?*
How deep ?	*Sâu bao nhiêu ?*
What about the river bottom ?	*Lòng sông thế nào ?*
Is it . . . ?	*Có . . . không ?*
muddy	*bùn*
rocky	*đá*
sandy	*cát*

RAILROADS, BUSES, PLANES

ENGLISH	VIETNAMESE
Where is the . . . ?	*. . . đâu ?*

airfield	*sân bay*
bus station	*bến xe-đò*
railroad station	*ga xe-lửa*
ticket office	*chỗ bán vé*
baggage room	*chỗ gửi va-li*
waiting room	*phòng đợi*
pier	*bến tầu*
I want to go to . . .	*Tôi muốn đi . . .*
When does the . . . leave ?	*Mấy giờ . . . chạy ?*
When does the . . . arrive ?	*Mấy giờ . . . đến ?*
Is there a . . . running ?	*Có . . . chạy không ?*
bus	*xe đò (or xe buýt)*
boat	*tàu*
plane	*máy bay*
train	*xe lửa*
taxi	*tắc-xi*
pedicab	*xích-lô*
motor pedicab	*xích-lô máy*
A ticket to . . .	*Một vé đi . . .*
What's the fare to . . . ?	*Đi . . . bao nhiêu tiền ?*

When do we get to . . . ?	*Mấy giờ đến . . . ?*
Is there a timetable ?	*Có bảng giờ xe chạy không ?*
Give me a timetable.	*Cho tôi bảng giờ xe chạy.*

OTHER MEANS OF TRANSPORTATION

ENGLISH	VIETNAMESE
Where can I find . . . ?	*Ở đâu có . . . ?*
a bicycle	*xe đạp*
a motorized bike	*xe gắn máy*
a motorcycle	*xe bình-bịch (or xe môtô)*
a boat	*thuyền*
a boat for hire	*thuyền cho thuê*
a donkey	*lừa*
a horse	*ngựa*
a horse cart	*xe ngựa*
an ox	*bò*
an ox cart	*xe bò*
a helicopter	*máy bay trực-thăng*
a plane	*máy bay*
a rickshaw	*xe kéo*

a pedicab	xe xích-lô
a motor pedicab	xe xích-lô máy
a ship	tàu thủy
a scooter	xe vét-pa
a jeep	xe díp
a truck	xe cam-nhông
a water buffalo	trâu

REPAIRS AND SUPPLIES

ENGLISH	VIETNAMESE
Where can I find . . . ?	Ở đâu có . . . ?
a battery for a flashlight	pin đèn
a battery for a car	bình điện
a cable	giây cáp
chains	xích
distilled water	nước cất
an electric light bulb	bóng đèn
an electrician	thợ điện
a mechanic	thợ máy
a file	cái dũa

62

REPAIRS AND SUPPLIES

English	Vietnamese
a garage	*ga-ra*
gasoline	*ét-săng*
glue	*hồ-dán*
grease	*mỡ*
a hammer	*cái búa*
a hardware store	*hàng đồ sắt*
an inner tube	*săm (or ruột)*
oil	*dầu (or nhớt)*
a jack	*con đội (or cái kích)*
pliers	*cái kìm*
a pump	*cái bơm*
rope	*thừng*
a screw driver	*cái tu-vít*
spark plugs	*bu-gi*
a tire	*lốp (or vỏ)*
tools	*đồ chữa xe*
a wrench	*cái mỏ-lết*
a dumbbell wrench	*cái lắc-lê*

7. COMMUNICATIONS

TELEPHONE

ENGLISH	VIETNAMESE
Telephone office	Sở điện-thoại
Main office	Trung-ương
Switchboard number . . .	Tổng-đài số . . .
Give me automatic.	Xin cô tự-động.
I want to make a phone call.	Tôi cần gọi điện-thoại.
To what station do you want to call ?	Ông muốn gọi số nào ?
To . . . (number)	Số. . .
Whom are you calling ?	Ông muốn gọi ai ?
Repeat.	Xin nhắc lại.
Answer telephone :	
(by central)	Tôi nghe đây.
(by user)	A-lô.
Please give me Dr. Black.	Cô cho tôi Bác-sĩ Black nhé !
Hang up your receiver.	Đặt máy xuống.
The line is busy.	Máy này bận.
They do not answer.	Họ không trả lời.

TELEPHONE

Are you through ?	*Ông nói xong chưa ?*
I will ring again.	*Tôi sẽ gọi lại.*
I have a call for you.	*Có người gọi ông.*
I will call you back.	*Tôi sẽ gọi lại.*
Sorry.	*Xin lỗi ông.*
Do you want to wait ?	*Ông đợi một chút được không ?*
I want to wait.	*Tôi đợi.*
No.	*Thôi.*

TELEGRAPH

ENGLISH	VIETNAMESE
Where is the telegraph (or post) office ?	*Nhà giây-thép đâu ?*
I want to send . . .	*Tôi muốn gửi . . .*
a telegram	*điện-tín*
an urgent telegram	*điện-tín khẩn*
a slow telegram	*điện-tín chậm*
a radiogram	*vô-tuyến điện-tín*
Give me a blank form.	*Ông cho tôi cái mẫu.*

65

Can I write in English ?	*Tôi viết tiếng Anh được không ?*
Can I send a telegram to...? (place name)	*Tôi muốn gửi điện-tín đi ... được không ?*
What is the charge ?	*Bao nhiêu tiền ?*

MAIL

ENGLISH	VIETNAMESE
Where is the post office ?	*Nhà giây-thép đâu ?*
Where is a mail box ?	*Thùng thư đâu ?*
How much postage on this ?	*Cái này hết bao nhiêu tem ?*
Registered	*Bảo-đảm*
Insured	*Bảo-hiểm*
Air mail	*Thư máy bay*
Printed matter	*Ấn-loát-phẩm*
Parcel post	*Bưu-kiện*
What does this contain ?	*Trong này có gì ?*
This package contains ...	*Gói này có ...*
books	*sách*
candy	*kẹo*

66

clothing	*quần áo*
used clothing	*quần áo cũ*
food	*đồ ăn*
You may open it.	*Mở ra coi được.*
Fragile !	*Dễ vỡ !*
Handle with care !	*Cẩn-thận !*
Give me . . . piasters worth of stamps.	*Cho tôi . . . đồng tem.*
A postcard	*Một cái bưu-thiếp*
I collect stamps.	*Tôi chơi tem.*
Military Postal Zone	*Khu bưu-chính (KBC)*
What's the air mail postage for the USA ?	*Tem máy-bay đi Mỹ bao nhiêu ?*
Eight piasters and fifty cents.	*Tám đồng rưỡi.*
How much more if it's registered ?	*Bảo-đảm thêm bao nhiêu ?*
I need some writing paper and some envelopes.	*Tôi cần giấy viết thơ và phong-bì.*
Give me two four-piaster stamps.	*Cho tôi hai cái tem bốn đồng.*

67

8. NUMBERS, SIZE, TIME, ETC.

AMOUNT

ENGLISH	VIETNAMESE
Little, few	*Ít*
A little	*Một ít (or một chút)*
A few	*Một ít (or một vài)*
Many	*Nhiều*
Very many	*Rất nhiều*

ORDINAL NUMBERS

Note : For numbers 1-1,000, see pages 22-23

ENGLISH	VIETNAMESE
First	*Thứ nhất*
Second	*Thứ hai*
Third	*Thứ ba*
Fourth	*Thứ tư*
Fifth	*Thứ năm*
Sixth	*Thứ sáu*
Seventh	*Thứ bảy*
Eighth	*Thứ tám*

ORDINAL NUMBERS

Ninth	*Thứ chín*
Tenth	*Thứ mười*
Eleventh	*Thứ mười một*
Twelfth	*Thứ mười hai*
Twentieth	*Thứ hai mươi*
100 th	*Thứ một trăm*
3,580th	*Thứ ba nghìn năm trăm tám mươi*

SIZE AND WEIGHT

ENGLISH	VIETNAMESE
How large ? (What size)	*Lớn bao nhiêu ?*
Large	*Lớn*
Medium	*Nhỡ*
Small	*Nhỏ*
How long ? (What length)	*Dài bao nhiêu ?*
Long	*Dài*
Short	*Ngắn*
Low	*Thấp*
Short (person)	*Lùn (or thấp)*

69

High	*Cao*
Tall (person)	*Cao*
How heavy ? (What weight)	*Nặng bao nhiêu ?*
Heavy	*Nặng*
Light	*Nhẹ*

TIME

Note : See Numbers, page 22.

ENGLISH	VIETNAMESE
What time is it ?	*Mấy giờ ?*
It is 5 o'clock.	*Năm giờ.*
It's 5:05.	*Năm giờ năm.*
It's 5:10.	*Năm giờ mười.*
It's 5:15.	*Năm giờ mười lăm.*
It's 5:20.	*Năm giờ hai mươi.*
It's 5:25.	*Năm giờ hai mươi lăm.*
It's 5:30.	*Năm giờ ba mươi.*
It's half past five.	*Năm giờ rưỡi.*
It's 5:35.	*Năm giờ ba mươi lăm.*
It's 5:40.	*Năm giờ bốn mươi.*

It's 5:45.	*Năm giờ bốn mươi lăm.*
It's 5:50.	*Năm giờ năm mươi.*
It's 5:55.	*Năm giờ năm mươi lăm.*
Ten minutes to 6.	*Sáu giờ kém mười.*
It's six a.m.	*Sáu giờ sáng.*
It's six p.m.	*Sáu giờ chiều.*

To find out when a movie starts or when a train leaves you use the same phrase « mấy giờ » to begin each question.

ENGLISH	VIETNAMESE
the movie	*xi-nê*
begin	*bắt đầu*
When does the movie start ?	*Mấy giờ xi-nê bắt đầu ?*
the train	*xe lửa*
run	*chạy*
When does the train leave ?	*Mấy giờ xe lửa chạy ?*
the plane	*máy bay*
take off	*cất cánh*
When does the plane leave ?	*Mấy giờ máy bay cất cánh ?*
Today	*Hôm nay*
Yesterday	*Hôm qua*
Day before yesterday	*Hôm kia*

71

Tomorrow	*Ngày mai (or mai)*
Day after tomorrow	*Ngày kia (or mốt)*
In the . . . *or* At . . .	*Lúc . . .*
morning	*sáng*
early morning	*sáng sớm*
afternoon	*chiều*
evening	*tối*
daytime	*ban ngày*
dawn	*rạng đông*
sunrise	*mặt trời mọc*
dusk	*sẩm tối*
sundown	*mặt trời lặn*
noon	*trưa*
midnight	*nửa đêm*
night	*ban đêm*
Sunday	*Chủ nhật*
Monday	*Thứ hai*
Tuesday	*Thứ ba*
Wednesday	*Thứ tư*
Thursday	*Thứ năm*

Friday	*Thứ sáu*
Saturday	*Thứ bảy*
Thursday evening	*Tối thứ năm*
Saturday night	*Đêm thứ bảy*
Sunday morning	*Sáng chủ nhật*
Monday afternoon	*Chiều thứ hai*
Tuesday noon	*Trưa thứ ba*
January	*Tháng giêng*
February	*Tháng hai*
March	*Tháng ba*
April	*Tháng tư*
May	*Tháng năm*
June	*Tháng sáu*
July	*Tháng bảy*
August	*Tháng tám*
September	*Tháng chín*
October	*Tháng mười*
November	*Tháng mười một*
December	*Tháng mười hai (or tháng chạp)*

Day	*Ngày*
Week	*Tuần*
Month	*Tháng*
One day	*Một ngày*
Two days	*Hai ngày*
One week	*Một tuần*
Two weeks	*Hai tuần*
One month	*Một tháng*
Two months	*Hai tháng*
One year	*Một năm*
Two years	*Hai năm*
. . . before	*trước*
3 days before	*ba ngày trước*
. . . ago	*cách đây . . .*
3 days ago	*cách đây 3 ngày*
afterward	*sau*
10 days later	*mười ngày sau*
more	*nữa*
10 days from now	*mười ngày nữa*
Spring	*Mùa xuân*

Summer	*Mùa hạ*
Fall	*Mùa thu*
Winter	*Mùa đông*
The rainy season	*Mùa mưa*
The dry season	*Mùa nắng*

9. ADDITIONAL TERMS

SOME DESCRIPTIVE VERBS

ENGLISH	VIETNAMESE
This is . . .	*Cái này . . .*
That is . . .	*Cái đó . . .*
This is not . . .	*Cái này không . . .*
That is not . . .	*Cái đó không . . .*
This is very . . .	*Cái này . . . lắm*
This is too . . .	*Cái này . . . quá*
This is a little too . . .	*Cái này hơi . . .*
This is pretty . . .	*Cái này khá . . .*
This is real . . .	*Cái này thật . . .*
good	*tốt*
bad	*xấu*
expensive	*đắt* (or *mắc*)
cheap	*rẻ*
far	*xa*
near	*gần*
clean	*sạch*
dirty	*bẩn* (or *dơ*)

SOME DESCRIPTIVE VERBS

cold	*lạnh*
warm, hot	*nóng*
cool	*mát*
large	*to* (or *lớn*)
small, little	*bé* (or *nhỏ*)
beautiful	*đẹp*
interesting	*hay*
dull, boring	*chán*
fun, exciting	*vui*
cute	*xinh*
plenty, much	*nhiều*
little	*ít*
enough	*đủ*
large, roomy	*rộng*
tight, small	*chật*
fast	*nhanh*
slow	*chậm*

TOOLS AND SUPPLIES

ENGLISH	VIETNAMESE
Barbed wire	*Dây-thép gai*
Bricks	*Gạch*
Canvas	*Vải-bố*
Coral	*Than*
Corrugated iron	*Tôn*
Firewood	*Củi*
Gravel	*Sỏi*
Hammer	*Búa*
Ladder	*Thang*
Lumber	*Gỗ*
Nails	*Đinh*
Pick	*Cuốc*
Rope	*Thừng*
Sand	*Cát*
Sheet iron	*Tôn lá*
Shovel	*Cái sẻng*
Wire	*Giây*
Wire cutters	*Cái kìm*

78

TOOLS AND SUPPLIES

Cement	*Si-măng*
Water	*Nước*
Paint	*Sơn*
Claw hammer	*Búa đinh*
Padlock	*Cái khóa*
Lock	*Ổ khóa*
Key	*Chìa khóa*
Antenna	*Ăng-ten*
Batteries	*Ắc-quy* (or *bình-điện*)
Electric wire	*Dây điện*
Lime	*Vôi*

PERSONAL EQUIPMENT

ENGLISH	VIETNAMESE
Belt	*Dây lưng*
First-aid packet	*Đồ cấp-cứu*
Canteen	*Ca*
Gas mask	*Mặt-nạ hơi*
Helmet	*Mũ sắt*
Insignia	*Phù-hiệu*
Medals	*Huy-chương*

WEAPONS AND AMMUNITION

ENGLISH	VIETNAMESE
Ammunition	*Đạn-dược*
Antitank guns	*Súng ba-dô-ca*
Artillery piece	*Trọng-pháo*
Bayonet	*Lưỡi-lê*
Bomb	*Bom*
Cannon	*Đại-bác*
Carbine	*Các-bin*
Cartridge	*Băng-đạn*
Explosive	*Chất nổ*
Firearm	*Hỏa-khí*
Gas	*Hơi độc*
Hand grenade	*Lựu-đạn*
Heavy gun	*Trọng-pháo*
Machine gun	*Súng máy (or súng liên-thanh)*
Mine	*Mìn*
Mortar	*Moóc-chia*
Pistol	*Súng lục*
Rifle	*Súng trường*

80

WEAPONS AND AMMUNITION

Rocket	*Hỏa-tiễn*
Shell	*Tạc-đạn*
Submachine gun	*Tiểu-liên*

MONEY

ENGLISH	**VIETNAMESE**
Vietnamese piaster	*Đồng*
Dime	*Hào* (or *cắc*)
Cent	*Xu*
One piaster.	*Một đồng.*
Ten cents.	*Một hào* (or *một cắc*).
Two piasters and fifty cents.	*Hai đồng năm hào* (or *hai đồng rưỡi*).
Seven hundred and fifty piasters.	*Bảy trăm năm mươi đồng* (or *bảy trăm rưỡi*).
Two thousand piasters.	*Hai nghìn đồng.*
Thirty thousand piasters.	*Ba mươi nghìn đồng* (or *ba vạn đồng*).

WEIGHT AND MEASURES

ENGLISH	VIETNAMESE
Gram	*Gờ-ram*
Decagram	*Đê-ca-gờ-ram*
Hectogram	*Ách-tô-gờ-ram (or lạng or trăm)*
Kilogram	*Kilô (or ký or cân)*
Ton (1,000 kilograms)	*Tấn*
Liter	*Lít*
Millimeter	*Li*
Centimeter	*Phân*
Meter	*Mét (or thước)*
Kilometer	*Ki-lô-mét (or cây-số)*
Square meter	*Thước vuông*
Are	*Sào*
Hectare	*Mẫu*

TABLE OF APPROXIMATE CONVERSIONS

ENGLISH	VIETNAMESE
Inches to Centimeters :	Multiply by 10 and divide by 4.
Yards to Meters :	Multiply by 9 and divide by 10.
Miles to Kilometers :	Multiply by 8 and divide by 5.
Gallons to Liters :	Multiply by 4 and subtract one-fifth of the number of gallons
Pounds to Kilograms :	Multiply by 5 and divide by 11.

10. GOVERNMENT OFFICES
AND OFFICIALS

ENGLISH	VIETNAMESE
Chief of State	Quốc-trưởng
President of the Republic	Tổng-thống
Presidency	Phủ Tổng-thống
Independence Palace	Dinh Độc-Lập
Prime Minister	Thủ-tướng
Deputy Prime Minister	Phó Thủ-tướng
Cabinet (in government)	Nội-các
Department (Ministry)	Bộ
Minister	Tổng-trưởng
Secretary of State	Bộ-trưởng
Deputy Minister	Thứ-trưởng
General Commissioner	Tổng-ủy
Directorate General	Nha Tổng-giám-đốc
Director General	Tổng Giám-đốc
Directorate	Nha Giám-đốc

Director	*Giám-đốc*
Secretary General	*Tổng-thư-ký*
Inspector	*Thanh-tra*
Cabinet (of a Minister)	*Văn-phòng*
Director of Cabinet	*Đổng-lý Văn-phòng*
Chief of Cabinet	*Chánh Văn-phòng*
Attaché of Cabinet	*Tham-chánh Văn-phòng*
Chargé de Mission	*Công-cán Ủy-viên*
Private Secretary	*Bí-thư-trưởng*
Vice, Deputy	*Phó-*
Acting-	*Quyền-*
Rectorate (of University)	*Tòa Viện-trưởng*
Rector (of University)	*Viện-trưởng*
Dean (of College)	*Khoa-trưởng*
Professor	*Giáo-sư*
Associate Professor	*Giáo-sư Diễn-giảng*
Assistant Professor	*Giảng-sư*
Lecturer	*Giảng-viên*
Head Instructor	*Giảng-nghiệm-trưởng*
Instructor	*Giảng-nghiệm-viên*

Embassy	*Tòa Đại-sứ*
Ambassador	*Đại-sứ*
Chargé d'Affaires	*Đại-lý Đại-sứ*
Minister Plenipotentiary	*Sứ-thần Toàn-quyền*
Legation	*Sứ-quán*
Envoy Extraordinary	*Đặc-sứ*
Counselor of Embassy	*Cố-vấn Ngoại-giao*
Secretary of Embassy	*Tham-vụ ngoại-giao*
Consulate General	*Tòa Tổng-lãnh-sự*
Consul General	*Tổng-lãnh-sự*
Consulate	*Tòa Lãnh-sự*
Consul	*Lãnh-sự*
Vice Consul	*Phó Lãnh-sự*
Institute of . . .	*Viện . . .*
Directorate of . . .	*Nha . . .*
Bureau of . . .	*Sở . . .*
Division of . . .	*Ty . . .*
Center	*Trung-tâm*
Association, Society	*Hội*
Branch Office	*Chi-cục*

Committee	*Ủy-ban*
Subcommittee	*Tiểu-ban*
National Assembly	*Quốc-hội*
Deputy	*Dân-biểu* (or *Nghị-sĩ*)
Accounting	*Kế-toán*
Administration	*Hành-chính*
Agriculture	*Canh-nông*
Agrarian Reform	*Cải-cách Điền-địa*
Agricultural Credit	*Nông-tín*
Agriculture and Forestry	*Nông-lâm*
Agricultural Development	*Dinh-điền*
Administrative Affairs	*Hành-chính*
Animal Husbandry	*Mục-súc*
Air Bases	*Căn-cứ Hàng-không*
Atomic Energy Office	*Nguyên-tử-lực-cuộc*
Archives and Libraries	*Văn-khố và Thư-viện*
Bank	*Ngân-hàng*
Broadcasting	*Vô-tuyến Truyền-thanh*
Budget and Foreign Aid	*Ngân-sách và Ngoại-viện*
Central Vietnam	*Trung-phần*

Chamber of Commerce	*Phòng Thương-mại*
City Planning	*Thiết-kế Đô-thị*
Civic Action	*Công-dân-vụ*
Civil Aviation	*Hàng-không Dân-sự*
Civil Guard	*Bảo-an*
Civil Service	*Công-vụ*
Commerce	*Thương-mại (or -thương)*
Cooperatives	*Hợp-tác-xã*
Cultural Affairs	*Văn-hóa-(vụ)*
Commercial Credit	*Thương-tín*
Commercial Port	*Thương-cảng*
Court	*Tòa-án*
Constitutional Court	*Viện Bảo-hiến*
Court-martial	*Tòa án Quân-sự*
Court of Appeal	*Tòa Thượng-Thẩm*
Supreme Court of Appeal	*Tòa Phá-án*
Customs	*Quan-thuế*
Domestic Trade	*Nội-thương*
Education and Culture	*Văn-hóa Giáo-dục*
Economy	*Kinh-tế*

Exchange Office	*Viện Hối-đoái*
Exports	*Xuất-cảng*
Extension Service	*Khuyến-nông*
Farm Machinery	*Nông-cơ*
Finance	*Tài-chính*
Fisheries	*Ngư-nghiệp*
Foreign Affairs	*Ngoại-giao*
Foreign Trade	*Ngoại-thương*
Forestry	*Lâm-vụ*
Fluvial Navigation	*Giang-vận*
General Staff	*Tổng-tham-mưu*
General Treasury	*Tổng-ngân-khố*
Health Workers	*Cán-sự Y-tế*
Historical Research	*Khảo-cổ*
Hospital	*Bệnh-viện*
Housing	*Kiến-ốc-cục*
Imports	*Nhập-cảng*
Information	*Thông-tin*
Interior	*Nội-vụ*

Internal Security	*Nội-an*
Justice	*Tư-pháp*
Labor	*Lao-động*
Land Property	*Điền-thổ*
Land Reform	*Cải-cách Điền-địa*
Libraries	*Thư-viện*
Manpower	*Nhân-công*
Merchant Marine	*Thương-thuyền*
Meteorology	*Khí-tượng*
Minerals	*Khoáng-chất*
National Assembly	*Quốc-hội*
National Bank	*Ngân-hàng Quốc-gia*
National Commission for Unesco	*Ủy-hội Quốc-gia Unesco*
National Defense	*Quốc-phòng*
National Economy	*Kinh-tế Quốc-gia*
National Institute of Administration	*Học-viện Quốc-gia Hành-chính*
Navigation	*Hàng–hải* (or *Thủy–vận*)

North Vietnam	*Bắc-phần*
Notary	*Chưởng-khế*
Oceanography	*Hải-học*
Oceanographic Institute	*Hải-học-viện*
Overseas Studies	*Du-học*
Personnel	*Nhân-viên*
Planning	*Kế-hoạch*
Police and Security	*Cảnh-sát và Công-an*
Port Authority	*Thương-cảng*
Post office	*Bưu-chính* (or *Bưu-điện*)
Prefect	*Đô-trưởng*
Prefecture	*Đô-chính*
Press	*Báo-chí*
Protocol	*Nghi-lễ*
Psychological Warfare	*Chiến-tranh Tâm-lý, Tâm-lý-chiến*
Public Works and Communications.	*Công-chính và Giao-thông*
Public Buildings	*Công-thự*
Public Health	*Y-tế*
Public Relations	*Giao-tế*

Radio	*Vô-tuyến Truyền-thanh*
Railroads	*Hỏa-xa*
Reconstruction	*Kiến-thiết*
Red Cross	*Hồng-thập-tự*
Retirement Fund	*Quỹ Hưu-bổng*
River Navigation	*Giang-vận*
Rural Affairs	*Cải-tiến Nông-thôn*
Social Security	*An-ninh Xã-hội*
South Vietnam	*Nam-phần*
Statistics	*Thống-kê*
Taxes	*Thuế-vụ*
Telecommunications	*Viễn-thông*
Transit Authority	*Công-quản Chuyên-chở Công-cộng*
Transport	*Vận-tải*
Treasury	*Ngân-khố*
Tourism	*Du-lịch*
University	*Viện Đại-học*
University Rectorate	*Tòa Viện-trưởng*
Vietnam Press	*Việt-Nam Thông-tấn-xã*

Veterans	*Cựu Chiến-binh*
Water Supply Office	*Sản-cấp Thủy-cục*
Youth and Sports	*Thanh-niên Thể-thao*

II. INTERNATIONAL ORGANIZATIONS

ENGLISH	VIETNAMESE
International Control Commission (ICC)	Ủy-hội Quốc-tế (Kiểm-soát)
Liaison Officer	Sĩ-quan Liên-lạc
United Nations	Liên-hiệp-quốc
W.H.O.	Tổ-chức Y-tế Thế-giới
U.N.E.S.C.O.	Tổ-chức (Giáo-dục, Khoa-học) và Văn-hóa Liên-hiệp-quốc
I.L.O.	Tổ-chức Lao-động Quốc-tế
F.A.O.	Tổ-chức Lương-nông Quốc-tế
I.C.A.O.	Tổ-chức Hàng-không Dân-sự Quốc-tế
International Bank	Ngân-hàng Quốc-tế
International Monetary Fund	Quỹ Tiền-tệ Quốc-tế
Universal Postal Union	Liên-hiệp Bưu-chính Thế-giới
World Meteorological Organization	Tổ-chức Khí-tượng Thế-giới
Colombo Plan	Kế-hoạch Cô-lông-bô

The Asia Foundation	*Cơ-quan Viện-trợ Văn-hóa Á-châu*
Care	*Cơ-quan Cứu-trợ Care*
World University Service	*Tương-trợ Đại-học Quốc-tế*
Summer Institute of Linguistics	*Viện Chuyên-khảo Ngữ-học*
Alliance Française	*Pháp-văn Đồng-minh-hội*
Rotary Club	*Phù-luân-hội*
Lions Club	*Hội Sư-tử*
Jaycee	*Thanh-Thương hội*
Vietnam-Philippines Association	*Hội Việt-Phi*
Vietnamese-Armerican Association	*Hội Việt-Mỹ*
Vietnam-France Association	*Hội Việt-Pháp*
Vietnam-China Association	*Hội Việt-Hoa*
Vietnam-Korea Association	*Hội Việt-Hàn*
Vietnam-India Association	*Hội Việt-Ấn*
Vietnam-Japan Association	*Hội Việt-Nhật*
Vietnam-German Association	*Hội Việt-Đức*

12. IMPORTANT SIGNS

ENGLISH	VIETNAMESE
Pharmacy.	HIỆU THUỐC TÂY.
After-hour Doctor.	BÁC-SĨ THƯỜNG-TRỰC.
Immigration.	NGOẠI-KIỀU
Cab Stand.	CHỖ ĐẬU XE TAXI.
Beware of Dogs.	COI CHỪNG CHÓ DỮ.
Bicycles and Non-motorized Vehicles.	ĐƯỜNG DÀNH RIÊNG CHO XE KHÔNG ĐỘNG-CƠ.
Control Post.	TRẠM KIỂM SOÁT.
Driveway.	XE RA VÀO THƯỜNG-TRỰC.
Danger.	NGUY-HIỂM.
Don't Park Your Bikes Here.	CẤM ĐỀ XE-ĐẠP.
Free Admission.	VÀO CỬA TỰ-DO (or RA VÔ THONG-THẢ).
Entrance.	LỐI VÀO
Exit.	LỐI RA.

For Left Turn : Stay In Left Lane.	MUỐN QUẸO BÊN TRÁI PHẢI CHẠY CẬN BÊN TRÁI.
Gents.	ĐÀN ÔNG.
Government Vehicles.	CÔNG-XA.
Hospital. Quiet.	BỆNH-VIỆN. XIN GIỮ YÊN-TĨNH.
Keep Off The Grass.	CẤM ĐI LÊN CỎ.
Information.	PHÒNG VẤN-SỰ.
Inquiries.	XIN HỎI TÙY-PHÁI.
Ladies.	ĐÀN BÀ.
Men working	
(in city)	COI CHỪNG SỞ LÀM.
(on the highway).	CÔNG-TRƯỜNG.
No Bicycle.	CẤM XE ĐẠP LƯU-HÀNH.
Military Vehicles.	QUÂN-XA.
City Line.	RANH THỊ-XÃ.
No Entrance.	CẤM VÀO.
No Horn Blowing.	CẤM BÓP CÒI (*or* CẤM NHẬN KÈN).

No Loitering.	CẤM NGƯỜI LẠ VÀO SỞ.
No Parking.	CẤM ĐẬU XE.
No Passing.	CẤM VƯỢT.
No Photographing.	CẤM CHỤP HÌNH.
No Smoking.	CẤM HÚT THUỐC.
No Spitting.	CẤM KHẠC NHỔ.
Quiet. Hospital.	YÊN LẶNG, GẦN ĐẾN NHÀ THƯƠNG.
One-way Street.	ĐƯỜNG MỘT CHIỀU.
Office Hours.	GIỜ MỞ CỬA
Parking.	CHỖ ĐẬU XE.
Parking Reserved For . . .	BẾN XE DÀNH RIÊNG CHO . . .
Park on Odd-numbered Days.	PHÍA ĐẬU XE NGÀY LẺ.
Park on Even-numbered Days.	PHÍA ĐẬU XE NGÀY CHẴN.
Province Line.	RANH TỈNH.
Quiet. Hospital.	BỆNH VIỆN. XIN GIỮ YÊN TĨNH.

Post No Bills.	CẤM DÁN GIẤY.
School.	TRƯỜNG HỌC.
Slow.	CHẦM CHẬM.
Strictly No Parking.	CẤM ĐỂ CÁC LOẠI XE.
Stop.	DỪNG LẠI.
Use Litter Bags.	XIN BỎ RÁC VÀO GIỎ.

13. NAMES OF THE LETTERS

LETTER PRONUNCIATION

a	ah	*h*	haht	*p*	pay
ă	ah (going up)	*i*	ee	*ph*	pay-haht
â	uh (going up)	*k*	kah	*q*	coo
b	bay	*kh*	kah-haht	*r*	ayr
c	say	*l*	el	*s*	ess
ch	say-haht	*m*	em	*t*	tay
d	zay	*n*	en	*th*	tay-hat
đ	day	*ng*	en-zay	*tr*	tay-ayr
e	e (as in there)	*ngh*	en-zay-haht	*u*	oo
ê	ay	*nh*	en-haht	*ư*	uh
g	zay	*o*	aw	*v*	vay
gh	zay-haht	*ô*	oh	*x*	eeks
gi	zay-ee	*ơ*	uh	*y*	ee-ka-ret

INDEX

A

102

C

111

114

INDEX

INDEX

EASY VIETNAMESE

134

NOTES

NOTES

NOTES

Reviewers' Comments on the Hoa Series

READ VIETNAMESE
SAY IT IN VIETNAMESE
SPEAK VIETNAMESE (Revised Edition)
VIETNAMESE-ENGLISH DICTIONARY

"The finest available introduction for the English speaker into spoken and written Vietnamese. . . . The author turns to account, on the applied level, all the resources of structural linguistic theory developed and tested in recent decades. . . . These useful tools will also soon serve the intercultural relations that go with peace and reconstruction."

—B. Hunter Smeaton, Assoc. Prof. of English University of Calgary, Canada (In the *Library Journal*)

"Demands for compact, easy-to-learn books on the Vietnamese language have never been greater than they are today. The debut of [these] books is, therefore, most welcome. . . . [They] are absolute musts for all those who are interested in learning the Vietnamese language."

—*Oriental Economist*